# പൂർ[illegible]

**2024**

---

**ഡോ. അശ്വതി ബാലചന്ദ്രൻ**

ഡോ.അശ്വതി ബാലചന്ദ്രൻ കോതമംഗലം മാർ അത്തനേഷ്യസ് കോളേജ് ഇംഗ്ലീഷ് വിഭാഗം അധ്യാപികയാണ്. ഇംഗ്ലീഷിലും മലയാളത്തിലും കവിതകൾ എഴുതാറുണ്ട്. ആനുകാലികങ്ങളിലും ഓൺലൈൻ മാസിക കളിലും പ്രസിദ്ധീകരിച്ചിട്ടുണ്ട്. 'അപരിചിതർ', Contours (English) എന്നിവ കവിതാസമാഹാരങ്ങളാണ്.

കവിതകൾ

ഡോ.അശ്വതി ബാലചന്ദ്രൻ

# കൂടെ

പൂർണ പബ്ലിക്കേഷൻസ്, കോഴിക്കോട്
കോഴിക്കോട് ■ കല്പറ്റ ■ തിരുവനന്തപുരം

Poorna Publications

**Koode**
Poems
**Dr.Aswathy Balachandran**

Malayalam
First Edition: May 2024

Cover design: Rabeesh

Typesetting: Poorna Clt.

ISBN: 978-81-300-2725-8
10458(5-2024)90.I.0.a



*Published by:*
**POORNA PUBLICATIONS, KOZHIKODE**
TBS Building, G.H. Road, Kozhikode-673001
Ph: 0495-2720085, 2720086, 2721025

Branches:**Kalpetta** 04936-203842
**Thiruvananthapuram** 0471-2570504

e-mail:tbsbook@gmail.com
Online Bookstore: www.tbsbook.com

# ആമുഖം

കവിത ആത്മാവിന്റെ പ്രതിധ്വനിയാണ്. ജീവന്റെ സാരാംശം പിടിച്ചെടുക്കാനുള്ള ഭാഷാശക്തിയുടെ ഉദാത്തമായ തെളിവ്. അശ്വതി ബാലചന്ദ്രന്റെ 'കൂടെ' ഒരു യാത്രയാണ്, 'അവളുടെ' യാത്ര, കൂടെ കൂടാൻ ആഗ്രഹിക്കുന്നവരെ ചേർത്തുപിടിച്ച്, വിരലുകൾ കോർത്തു പരിചിതമായ ഇടങ്ങളിലൂടെയുള്ള വ്യത്യസ്തമായൊരു യാത്ര.

ഭാവതരളതയുടെയും വൈകാരികതയുടെയും അനുഭവങ്ങളുടെയും അതിലോലമായ ഇഴകൾകൊണ്ട് നെയ്തെടുത്ത ഒരു ബഹുവർണ്ണ ആസ്വാദ്യാനുഭവമാണ് ഈ സമാഹാരം. കവയിത്രിയുടെ മനോരഥത്തിന്റെ മറയില്ലാത്ത, സത്യസന്ധമായ പ്രതിഫലനങ്ങളിലൂടെ, വാക്കുകളാൽ വായനക്കാരനെ സ്നേഹത്തിന്റെയും പ്രതീക്ഷയുടെയും ആഹ്ലാദത്തിന്റെയും നഷ്ടബോധങ്ങളുടെയും ഭൂപ്രകൃതിയിലൂടെ കൂട്ടിക്കൊണ്ടുപോകുന്ന ആനന്ദകരമായൊരു വായനാനുഭവം.

കാലാതീതമായ ബന്ധങ്ങളുടെ, തീവ്രതയുടെ തെളിവാണ് അശ്വതിയുടെ മിക്ക കവിതകളും. പങ്കിട്ട സൂര്യാസ്തമയങ്ങളിലെ വാക്കുകൾ തമ്മിലുള്ള പ്രണയം പോലെ, ഉറ്റവരുടെ സാന്നിധ്യത്തിന്റെ ശാന്തമായ ശക്തിയിലൂടെ ഈ കവിതകൾ മനസ്സിനെ പിടിച്ചുലയ്ക്കുന്നു. ഹൃദയങ്ങൾ കൂടിക്കലരുന്ന അദൃശ്യ നൃത്തത്തിന്റെ ചുവടുകൾ പോലെ ഹൃദയംഗമമായ ആഘോഷം. ഒരുമിച്ചുള്ള നിമിഷങ്ങളുടെ അഗാധമായ സ്വാധീനത്തിന്റെ തിരിച്ചറിവുകളായ ഇടങ്ങളെക്കുറിച്ചുള്ള ഓർമ്മപ്പെടുത്തൽ കൂടിയാണിത്.

അഭിനിവേശത്തിന്റെയും വാഞ്ഛയുടെയും, മനുഷ്യബന്ധങ്ങളുടെയും അസംഖ്യം നിറഭേദങ്ങളുടെ നൂലുകളാൽ ബന്ധിതമായ ജീവിതാനുഭവങ്ങളാണ് ഈ കവിതകളിലുടനീളമുള്ളത്. അവളെത്തന്നെ തിരയുന്ന 'യാത്ര' അവൾ അവസാനിപ്പിക്കുന്നത് വലിയൊരു തിരിച്ചറിവിലൂടെയാണ്, ആ യാത്ര അവസാനിപ്പിക്കാനാവില്ല എന്ന തിരിച്ചറിവ്!

'അവളെ കണ്ടുപിടിക്കാൻ അവൾ എന്നേ പുറപ്പെട്ടു' ഈ മനോഹാരിത വേറെ ഏത് യാത്രയ്ക്കുണ്ട്? വികാര മണ്ഡലത്തിൽ, യുഗങ്ങളിലുടനീളം എണ്ണമറ്റ കവികളെ പ്രചോദിപ്പിച്ച കാവ്യദേവതയായി പ്രണയം

എന്നെന്നേക്കുമായി നിലകൊള്ളുന്നു. ഒരുതരത്തിൽ ചിന്തിച്ചാൽ ഭ്രമമാണ് ജീവിതം. അതും നമ്മളുടെതാകാത്തതിനെ, ആകില്ലാത്തതിനെ ഭ്രമിക്കുന്ന രസം വേറെയൊന്നിനുമില്ല. പ്രണയത്തില് ആഴുമ്പോഴല്ല അത് തിരിച്ചറിയുമ്പോഴാണ് യഥാർഥത്തിൽ പ്രണയം മനസ്സുകളിലേക്കും ഹൃദയങ്ങളിലേക്കും മൃദുവായി കയറിച്ചെല്ലുന്നത്. ആ 'അസ്വസ്ഥതയിൽ ഉറങ്ങാനും കിനാവായി ഉണരാനും' സാധിക്കുന്നത്.

'കാട്' എന്ന കവിതയിൽ പറയുന്നു, 'ചില മനുഷ്യർ ഒരു കൊടുംകാടാണ്. പുറത്തേക്ക് പോകാൻ ശ്രമിക്കുന്തോറും വന്യതയുടെ വശ്യതയിലേയ്ക്ക് വീണ്ടുംവീണ്ടും ക്ഷണിക്കുന്ന കൊടുംകാടുകൾ.' മനുഷ്യർ കാടുകളാകുമ്പോൾ തണുപ്പും ഭയവും സന്തുലിതമാകും, ആ മനുഷ്യരിൽ നിന്നും പുറത്തേക്കിറങ്ങുന്തോറും അകത്തേക്ക്, പുറങ്ങളില്ലാത്ത വശങ്ങളിലേക്ക് ഉൾവലിവുണ്ടാകും. ഇവിടെ വാക്യങ്ങൾ വായനക്കാരന്റെ സഹയാത്രികരാവുകയും അനുഭവങ്ങളുമായി പ്രതിധ്വനിക്കുകയും ഓർമ്മകളെ ഉണർത്തുകയും ചെയ്യുന്നു. അതിലൂടെ വൈകാരിക ജ്വാലകൾ ഉജ്വലിപ്പിക്കുകയും ചെയ്യുന്നു.

മടുപ്പിനെ മടുപ്പിക്കാതെ, അനുഭൂതിയായും മോഹിപ്പിക്കുന്ന നിശ്ചലതയായും ഒരു കവിഹൃദയത്തിന് മാത്രമേ കാണാനാകു. സ്നേഹത്തിൽ ഭയം ഉണ്ടാകുക സ്വാഭാവികമാണ്. ആ ഭയങ്ങൾ സ്നേഹത്തിന്റെ കാണാപ്പുറങ്ങളാകുന്നു കവിതകളിൽ. നമുക്ക് നമ്മെ വേണം എന്നു തോന്നുന്ന നിമിഷങ്ങളിലാണ് ഏറ്റവുമധികം നമ്മളെ മറ്റുള്ളവർക്ക് വേണ്ടാതാകുന്നതും, അപ്പോൾ 'ഒരാളെങ്കിലും വേണം മുറുക്കെയൊന്നു കെട്ടിപ്പിടിക്കാൻ, നമുക്ക് വേണ്ടാത്ത നമ്മളെ ആർത്തിയോടെ ചേർത്ത് പിടിക്കാൻ, നമ്മളെ നമുക്ക് വാശിയോടെ വീണ്ടും സ്നേഹിക്കാൻ.' ഇങ്ങനെ ആഗ്രഹിക്കാത്തവരായ മനുഷ്യരുണ്ടോ ഈ ഭൂമിയിൽ?

അതിരുകൾക്കും സംസ്കാരങ്ങൾക്കും അതീതമായ സാർവത്രിക ഭാഷയാണ് സ്നേഹം, അശ്വതിയുടെ കവിതകൾ ഹൃദയത്തിന്റെ ആഴങ്ങളിലേക്കുള്ള പ്രയാണമാണ്.

പ്രണയത്തിന്റെ സങ്കീർണതകൾ, കാല്പനികതയും മാംസനിബന്ധതയും അതിനിടയിലുള്ള സൂക്ഷ്മതലങ്ങളും 'കൂടെ'യിൽ ആഴത്തിൽ പര്യവേക്ഷണം ചെയ്യുന്നു. ഓരോ സ്ത്രീയും ആഗ്രഹിക്കുന്നത് ഒരുവന്റെ 'ഒടുവിലത്തെ പ്രണയിനി' ആകാനാണ്. 'എന്നിൽ അടങ്ങുന്ന ഒടുവിലത്തെ പ്രണയമാണെനിക്കിഷ്ടം' എന്നു പറയുമ്പോൾ, കണ്ണുകളിലൂടെ സംസാരിക്കുന്ന അവൾ ആ കണ്ണുകളെ ഭയക്കുന്നു, കാരണം, 'ആ കണ്ണുകൾ

മറയില്ലാത്ത ഞാനാകുന്നു' എന്നവൾക്കറിയാം. പുരുഷാധിപത്യ സമൂഹങ്ങളിൽ സ്ത്രീയും അവളുടെ പ്രണയവും ഉപഭോഗവസ്തുക്കളായി മാറാറുണ്ട്. അവളുടെ 'രക്തവും വിയർപ്പും നനവും ഒരു കറ പോലുമില്ലാതെ നിങ്ങൾ തുടച്ചു നീക്കുമ്പോൾ' അവൾ അവന്റെ മനസ്സിൽ പോലും ഒരു തെറ്റായി മാറുന്നു. അവന്റെ ആർത്തി അടങ്ങുമ്പോൾ, 'അവളെ കുടിച്ചു വറ്റിച്ച് വീണു മയങ്ങുന്ന അവന്റെ ചുണ്ടിൽ പ്രണയത്തിന്റെ അവസാനത്തെ നീരുറവയും' അപ്രത്യക്ഷമാകുന്നു. പ്രണയത്തിന്റെ മറവിൽ 'അവസാന വറ്റു ചഷകവും ആർത്തിയോടെ നുണഞ്ഞതിനു ശേഷം', 'കുടുംബത്തിൽ പിറക്കാത്തവൾ' ആയി അവൻ അവളെ മുദ്ര കുത്തുന്നു.

പ്രണയത്തിലെ ലിംഗഭേദം വ്യത്യസ്ത മനുഷ്യാനുഭവങ്ങളിലൂടെ അശ്വതി തുറന്നു കാണിക്കുന്നു. പ്രണയിനിയുടെ പ്രണയം അതിതീവ്രമാണ്, അത് അവളുടെ കാമുകനിൽ നിന്നും വ്യത്യസ്തമാണ്. മഴ അവളെ പ്രണയാതുരയാക്കുമ്പോഴും, അവൾക്കിഷ്ടം അവനില് അഭയം തേടാനാണ്, 'പുറത്ത് ആർത്തു പെയ്യുന്ന മഴയേക്കാൾ എനിക്ക് ഇഷ്ടം നിന്റെ ഉള്ളിലെ ചൂടാണ്.' ഈ ലോകത്തിലെ ഏറ്റവും വലിയ വിപ്ലവം പ്രണയമാണെന്നവൾ തിരിച്ചറിയുന്നു, 'സ്വന്തമല്ലാഞ്ഞിട്ടും സ്വന്തമാക്കി പ്രണയിക്കുന്നതിലും തീക്ഷ്ണത മറ്റെന്തു വിപ്ലവത്തിനാണുള്ളത്?' പ്രണയത്തിൽ 'നിഗൂഢമായ നിശ്വാസങ്ങൾക്ക്, നെടുവീർപ്പുകൾക്കു' പോലും ചന്തമേറെയെന്നവൾ വിശ്വസിക്കുന്നു. പ്രണയത്തിന്റെ സൗന്ദര്യവും സങ്കീർണതയും ഒരുപോലെ ആഘോഷിക്കാൻ കഴിയുന്ന കവിതകൾ. അതിന്റെ സന്തോഷവും പരീക്ഷണങ്ങളും പരിത്യാഗങ്ങളും കൊണ്ടാടുന്ന കാവ്യനിമിഷങ്ങൾ. എന്തും നേരിടാനും സഹിക്കുവാനുമുള്ള പ്രണയത്തിന്റെ ശേഷി, അതിന്റെ പരിവർത്തന ശക്തി ഇതെല്ലാം അശ്വതിയുടെ ഭാവനയിൽ അലിഞ്ഞു ചേരുന്നു. പ്രണയത്തിന്റെ മാധുര്യം, അതിന്റെ വെല്ലുവിളികൾ, അതിനെ നിർവചിക്കുന്ന വിവരണാതീതമായ നിമിഷങ്ങൾ എന്നിവയുടെ ഉജ്ജ്വലമായ ഛായാചിത്രങ്ങൾ വരയ്ക്കാൻ ഈ സമാഹാരത്തിന് സാധിച്ചിട്ടുണ്ട്. 'പറ്റിക്കപ്പെടുകയാണെന്ന് അറിയുമ്പോഴും ചിലപ്പോൾ നമ്മൾ പ്രണയിച്ചു കൊണ്ടേയിരിക്കും' എന്നവൾ തുറന്നു പറയുന്നു.

മനുഷ്യബന്ധങ്ങളിലെ അഗാധമായ സ്വഭാവ വൈവിധ്യങ്ങളിലേക്കും ജീവിതത്തിൽ സ്നേഹം കൊണ്ടുചെന്നെത്തിക്കുന്ന അവസാനമില്ലാത്ത ചിന്തകളിലേക്കും നമ്മെ ക്ഷണിക്കുന്ന വായനാ നിമിഷങ്ങൾ' 'കൂടെ'യിലുണ്ട്. ഇതിലെ കവിതകൾക്ക് സൗമ്യമായ കാറ്റ് പോലെ മനസിനെ സ്പർശിക്കുവാനും സ്നേഹത്തെ ഉണർത്താനുമുള്ള ശക്തിയുണ്ട്. ഓരോ കവിതയും ഹൃദയത്തിന്റെ സങ്കീർണതകളെക്കുറിച്ചുള്ള തീക്ഷ്ണമായ

ഉൾക്കാഴ്ചയുടെ തെളിവാണ്. പ്രണയത്തിന്റെ സൂക്ഷ്മതകൾ, അഭിനിവേശത്തിന്റെ ഉന്മാദം, വാഞ്ഛയുടെ വേദന, ബന്ധങ്ങളുടെ ഏറ്റവും ലളിതമായ നിമിഷങ്ങളിൽ കാണപ്പെടുന്ന അഗാധമായ സൗന്ദര്യം എന്നിവ വ്യക്തമാക്കാനുള്ള അശ്വതിയുടെ കഴിവാണ് ഈ സമാഹാരത്തെ വേറിട്ടു നിർത്തുന്നത്. ഇവിടെ കവിതകൾ കേവലം വാക്യങ്ങളല്ല, അവ തുറന്നിട്ട ജാലകങ്ങൾ കൂടിയാണ്. സ്വന്തം വികാരങ്ങളുടെ ആഴങ്ങൾ പര്യവേക്ഷണം ചെയ്യാൻ വായനക്കാരെ ക്ഷണിക്കുന്ന ജാലകങ്ങൾ. കാവ്യാത്മ കരവിരുതിനപ്പുറം കാവ്യശബ്ദത്തിന്റെ ആത്മാർത്ഥതയാണ് ഈ കവിതകളിലുടനീളം ദൃശ്യമാകുന്നത്. ജീവിതത്തിൽ സ്നേഹത്തിന്റെ പ്രതിധ്വനികൾ കേൾക്കുന്നവർക്ക് ആശ്വാസത്തിന്റെ ഉറവിടം കൂടിയാകുന്നുണ്ട് ഈ ഇടം.

'കൂടെ'യിൽ തിരിച്ചുകിട്ടലുകളുടെ കണക്കുകൂട്ടലുകളില്ല. ജീവിതത്തിന്റെ നൈനിമിഷികതയെക്കുറിച്ചുള്ള തിരിച്ചറിവ് മാത്രമാണുള്ളത്. 'ഒരു സൂചിമുനയാൽ ഇല്ലാതാകുന്ന വെറും വർണ്ണ കുമിള' ഇതിൽക്കൂടുതൽ ഭംഗിയായി ജീവിതത്തെ കവിതയിലൂടെ എങ്ങനെ വരച്ചുവയ്ക്കും?

'കൂടെ', ഹൃദയങ്ങളെ സ്പർശിച്ച്, സമയത്തെ മറികടന്ന്, വായനക്കാരുമായി സംവദിക്കും എന്നതിൽ സംശയമില്ല. അശ്വതിയുടെ ഇനിയുള്ള കാവ്യയാത്രക്ക് ആശംസാമംഗളങ്ങൾ നേരുന്നു.

***അശ്വതി അരവിന്ദാക്ഷൻ***

## ഉള്ളടക്കം

# യാത്ര

വളരെ വൈകിയാണ്
എനിക്കതു മനസ്സിലായത്.
എന്താണെന്നോ?
എന്നെ കാണാനില്ല.
എവിടെയാണ് തിരയേണ്ടതെന്നറിയാതെ
കുറേ നേരം ആലോചിച്ചു നിന്നു.
പിന്നെയാണ് പൂന്തോട്ടത്തിൽ
നോക്കാമെന്ന് വെച്ചത്.
റോസാപ്പൂക്കൾ എനിക്ക്
വലിയ ഇഷ്ടമായിരുന്നല്ലോ.
പക്ഷേ, കണ്ടില്ല.
റോസാച്ചെടിയിൽ
ഇതളുകൾ കൊഴിഞ്ഞ് വീണ്
മുള്ളുകൾ മാത്രമേ ഉണ്ടായിരുന്നുള്ളു.
ഭക്ഷണപ്രിയ ആണല്ലോ
കോഴിക്കാൽ കടിച്ചു പറിക്കുന്നുണ്ടാകുമോ?
എന്തൊരു മറവിയാണെനിക്ക്.
കുറേനാളായി
യോഗയും പട്ടിണിയുമാണ്.
ഉണ്ടാക്കിയ ചട്ടിയിൽ
ചോറിട്ടു വെരകി തിന്നുന്ന
ആ പഴയ ആളല്ല ഞാൻ.

വീട്ടിനകത്തും നോക്കി.
ടി വി മുറിയിലാണ്
പൊതുവേ ഇരിക്കാറ്.
എന്തൊക്കെയോ
രാഷ്ട്രീയ പാർട്ടികൾ
തമ്മിലടിക്കുന്നതാ കണ്ടത്.
കുഴൽപ്പണമോ,പെട്രോളോ
അങ്ങനെ എന്തൊക്കെയോ
പറയുന്നുണ്ട്.
ഫേസ്ബുക്കിന്റെ അകത്തു വല്ലോം
തല വെച്ചിരിപ്പുണ്ടോന്നു
കൂടി നോക്കിയേക്കാം.
മൊത്തം 'സാറാസ്' സിനിമയാണ്.
പ്രസവിക്കണോ വേണ്ടയോ?
ആകെ തമാശയാണ്.
മാലിക് വന്നതേതായാലും
സാറയ്ക്കൊരു കൂട്ടായി.
ഇനിയിപ്പോൾ എവിടെ ആയിരിക്കും?
വല്ല പ്രണയകവിതയും എഴുതി
ഇരിപ്പുണ്ടാകും.
മറന്നു
പ്രണയത്തിനെന്തു മാർക്കറ്റ്
എന്നു ചോദിച്ച്
ബുദ്ധിജീവിയായത്
ഞാൻ തന്നെ മറന്നു.

പ്രിയപ്പെട്ട പൂച്ചക്കുട്ടികൾക്കിടയിലും
ചോക്‌ലേറ്റ് കടയിലും
ഒന്നും കാണുന്നില്ല .
എന്റെ പരിഭ്രമം കണ്ടിട്ട്
മനസ്സു പറഞ്ഞു
ഞനൊരു യാത്ര പോയെന്ന്.
ഈശ്വരാ ഒളിച്ചോട്ടമാണോ?
നാണക്കേടായോ?
"ഭയപ്പെടേണ്ട"
മനസ്സു പറഞ്ഞു
'പിന്നെ'
ഞാൻ ചോദിച്ചു.
'അവളെ കണ്ടുപിടിക്കാൻ
അവൾ എന്നേ പുറപ്പെട്ടു'
'അപ്പോൾ ഞാനോ?'
മനസ്സൊന്നു ചിരിച്ചു.
ഈ ചിരിയുടെ അർത്ഥം
ഇനി ആരോടു ചോദിക്കും?

## ഭ്രമം

ഭ്രമമാണ്
കുമിളകളോട്.
പെട്ടെന്നില്ലാതാകുന്ന,
ആവേശത്തോടെ
അടുക്കുമ്പോൾ
അകലേയ്ക്കു പോകുന്ന,
ചിലപ്പോൾ നാം കാണാതെ
നമ്മളിലേയ്ക്ക് എത്തുന്ന
ഒരിക്കലും നമ്മുടേതാകാത്ത
വർണ വിസ്മയങ്ങളോട്.

# ഞാൻ പ്രണയിക്കുന്നു

എന്റെ പ്രണയങ്ങളൊന്നും
ഒരിക്കൽ പോലും
ഞാൻ എന്നോട്
തുറന്നു പറഞ്ഞിരുന്നില്ല.
ശ്വാസംമുട്ടിയതും
കാലുകൾ മരവിച്ചതും
തളർന്നു വീണതും
ഞാൻ എന്നെ അറിയിച്ചില്ല.
പക്ഷേ, ഇതു ഞാൻ
എന്നോടു തുറന്നു പറയട്ടെ.
ഞാൻ പ്രണയത്തിലാണ്.
അതിതീവ്രമായ്.
ഒരിക്കലുമില്ലാത്തപോൽ
ഞാൻ പ്രണയത്തിലാണ്.
എന്റെ പകലുകളുടെയും
രാത്രികളുടെയും
ദൈർഘ്യമേറുന്നു.
മനസ്സ് ഭാരമേറിയതും
ശൂന്യവുമാകുന്നു.
ചുണ്ടുകളിലെ നീരുറവകളും
ശരീരത്തിന്റെ പുലമ്പലുകളും
ഞാനറിയുന്നു.

ഞാൻ ഞാനാകുന്നു.

ഞാനല്ലാതെയുമാകുന്നു.

അതെ

ഞാൻ പ്രണയത്തിലാണെന്ന്

ഞാൻ എന്നോടു പറഞ്ഞു.

മനോഹരമായ ആ

അസ്വസ്ഥതയിൽ

ഇനി ഞാൻ ഉറങ്ങട്ടെ.

ഉണരുമ്പോൾ

ഒരു കനവായ് മാറട്ടെ.

# കാട്

ചില മനുഷ്യർ ഒരു കൊടുംകാടാണ്.
പുറത്തേക്ക് പോകാൻ ശ്രമിക്കുന്തോറും
വന്യതയുടെ വശ്യതയിലേയ്ക്ക്
വീണ്ടും വീണ്ടും
ക്ഷണിക്കുന്ന
കൊടുംകാടുകൾ.
ദിക്കറിയാതെ,
സത്വമറിയാതെ,
നാം സ്വയം വരിക്കുന്ന
ഭ്രമിപ്പിക്കുന്ന
കാടുകൾ.

## പകരം

നിനക്ക് പകരമാവില്ലൊരു മഴയും
കാർമേഘങ്ങളെ പൊറുക്കുക
എന്നെ വിട്ടൊഴിയുക.

## ഭാവന

പ്രണയം നിനക്കു വരികൾ മാത്രമാണ്
ജീവനില്ലാത്ത വെറും ഭാവന.
അയാൾ പറഞ്ഞു.
പറ്റിപ്പിടിച്ചിരിക്കുന്ന കറകളെ
തുടച്ചു നീക്കാതെ,
കാലിലെ ചങ്ങലകൾ
ഒന്നുകൂടി മുറുക്കി,
അവൾ അപരിചിതന്റെ
ചുണ്ടുകളിൽ ചുംബിച്ചു.

## മുഖം

കാറ്റിനും മഴയ്ക്കും
എനിക്കും
ഒരേ മുഖമായിരുന്നു.
അസ്ഥിരതയുടെ,
ഏറ്റുപറച്ചിലിന്റെ,
ഉന്മാദത്തിന്റെ,
വിളറിയ
ഭ്രമിപ്പിക്കുന്ന
മുഖം.

## മഴ

നിങ്ങൾ ഒരു മഴ പോലെ
ആണെന്ന് തോന്നുന്നു.
ചിലപ്പോൾ
ആർത്തലച്ച്
എന്നിൽ പെയ്തിറങ്ങി
മനസ്സും ശരീരവും
ശുദ്ധീകരിക്കും.
പിന്നെ
ഏതോ കാർമേഘങ്ങൾക്കിടയിൽ
പിടിതരാതെ
ഒളിച്ചിരിക്കും.
ചിലപ്പോൾ
മറ്റേതോ ഇടത്ത്
ആർത്തു പെയ്യുന്ന കൊണ്ടുമാകാം.

# മടുപ്പ്

മടുപ്പ്
ഒരു അനുഭൂതിയാണ്.
ഏറ്റവും തീവ്രമായതിന്റെ
അനിവാര്യമായ,
ദ്രുതമായ,
മോഹിപ്പിക്കുന്ന നിശ്ചലത.

മടുപ്പ്
ഒരു തിരിച്ചറിവാണ്.
ഉള്ളിനെ കാർന്നുതിന്നതൊക്കെയും
അഴുക്കുചാലിലെ
നാറിയ പുഴുവാണെന്ന
അനിവാര്യമായ തിരിച്ചറിവ്.
മടുപ്പ്
ഒരു ചോദ്യമാണ്.
ഉത്തരവുമാണ് .
നമുക്കിടയിലെ അഗ്നിയുടെ
അവസാനത്തെ
ആളിക്കത്തലാണ്.

## ജല്പനങ്ങൾ

വരികൾക്കിടയിലെ കവിയെ
പ്രണയിച്ചവർക്കറിയില്ലായിരുന്നു
അവ പ്രണയം വറ്റിയവളുടെ
അവസാനത്തെ ജല്പനങ്ങളായിരുന്നെന്ന്.

## നിന്നിലെ ഞാൻ

മടുപ്പിന്
നിന്നിലെ ഞാൻ
എന്നും അർത്ഥമുണ്ടായിരുന്നു.

# കാണാപ്പുറങ്ങൾ

ചില ഭയങ്ങൾ
സ്നേഹത്തിന്റെ
കാണാപ്പുറങ്ങളാണ്.
പിടിതരാതോടുന്ന
മനസ്സിനെ
പിടിച്ചുവയ്ക്കലാണ്.
നമുക്കുവേണ്ട നമ്മുടെ
വിഭ്രാന്തികളാണ്.
നമുക്ക് വേണ്ടാത്ത നമ്മുടെ
അസ്ഥിരതകളാണ്.
ചില ഭയങ്ങൾ
സ്നേഹത്തിന്റെ
കാണാപ്പുറങ്ങളാണ്.

# നമുക്ക് നമ്മളെ വേണ്ടാതാകുമ്പോൾ

നമുക്ക് നമ്മളെ വേണ്ടാതാകുമ്പോൾ
ഒരാളെങ്കിലും വേണം
മുറുക്കെയൊന്നു
കെട്ടിപ്പിടിക്കാൻ.
നമുക്ക് വേണ്ടാത്ത നമ്മളെ
ആർത്തിയോടെ
ചേർത്ത് പിടിക്കാൻ,
നമ്മളെ നമുക്ക്
വാശിയോടെ
വീണ്ടും സ്നേഹിക്കാൻ.
നമുക്ക് നമ്മളെ വേണ്ടാതാകുമ്പോൾ
ഒരാളെങ്കിലും വേണം
മുറുക്കെയൊന്നു
കെട്ടിപ്പിടിക്കാൻ.
അസ്ഥിരതകളെ
തലോടാൻ,
ഭയങ്ങളെ, മുറിവുകളെ
ചുംബിക്കാൻ,
സാരമില്ലെന്ന് പറയാൻ.

നമുക്ക് നമ്മളെ വേണ്ടാതാകുമ്പോൾ

ഒരാളെങ്കിലും വേണം

മുറുക്കെയൊന്നു

കെട്ടിപ്പിടിക്കാൻ.

# ഒടുവിലത്തെ പ്രണയിനി

ഒടുവിലത്തെ പ്രണയിനിയാകാനാണ് എനിക്കിഷ്ടം.
പ്രണയിച്ചു മടുത്തവന്റെ,
അതിന്റെ
വിയർപ്പും, ശ്വാസവും,
ഉപ്പും, മധുരവും,
രുചിച്ചറിഞ്ഞവന്റെ
ഒടുവിലത്തെ
വീടാകാനാണ്
എനിക്കിഷ്ടം.
ഇനിയൊരു യാത്രയ്ക്ക്
മോഹമില്ലാതെ,
ആവതില്ലാതെ,
എന്നിൽ അടങ്ങുന്ന
ഒടുവിലത്തെ
പ്രണയമാണെനിക്കിഷ്ടം.

# സംസാരിക്കുന്ന കണ്ണുകൾ

സംസാരിക്കുന്ന എന്റെ കണ്ണുകളെ
എനിക്ക് ഭയമാണ്.
എന്റെ സത്യങ്ങളെ,
സമസ്യകളെ
നോവിനെ,
നുണയെ,
ഭ്രമത്തെ,
പ്രണയത്തെ,
നനവിനെ,
ഇരുട്ടിനെ,
അതു പ്രകാശിപ്പിക്കുന്നു.
സംസാരിക്കുന്ന
എന്റെ കണ്ണുകളെ
എനിക്ക് ഭയമാണ്.
ആ കണ്ണുകൾ
മറയില്ലാത്ത ഞാനാകുന്നു.
എന്നെ വല്ലാതെ
ഞാനാക്കുന്നു.

## നിശബ്ദത

എനിക്കും നിനക്കും
പരസ്പരം മനസ്സിലാകുന്ന
നിശബ്ദതയ്ക്ക്
എന്തു ഭംഗിയാണ്

## നിറവ്

നീയെന്നിൽ നിറഞ്ഞു തുളുമ്പവേ
എന്നെയല്ലാതെ മറ്റാരേ
പ്രണയിപ്പൂ ഞാൻ?

# വാക്കുകൾ സംസാരിക്കാതെയായത്

വാക്കുകൾ സംസാരിക്കാതെയായത്
നിന്നെ കണ്ടപ്പോൾ
മുതലാണ്.
നീയായിരുന്നു
പിന്നെ വാക്കും,
വഴിയും, വെളിച്ചവും,
ഞാനും,
എന്റെ നിശബ്ദതയും.

# തിര

ആർത്തിയോടെ
പാദത്തെ പുണർന്ന തിര
ബാക്കിവെച്ചത്
പൂണ്ടു കിടന്ന
മണൽത്തരികളായിരുന്നു.

# എനിക്ക് മുഖമില്ലാതായിരിക്കുന്നു

മിനുക്കി മിനുക്കി
ഒടുവിൽ എനിക്ക്
മുഖമില്ലാതായിരിക്കുന്നു.
കഴുത്തിനു മുകളിൽ
വിളിക്കാനൊരു
പേരില്ലാതായിരിക്കുന്നു.
ആരെന്ന് ചോദിക്കുമ്പോൾ
ആരോ എന്ന് പോലും
പറയാനാകാത്ത പോലെ
എനിക്കെന്റെ മുഖം
ഇല്ലാതായിരിക്കുന്നു.
ഞാൻ ആരുമല്ലാതായിരിക്കുന്നു.

## കറ

എന്റെ രക്തവും വിയർപ്പും
നനവും
ഒരു കറ പോലുമില്ലാതെ
നിങ്ങൾ തുടച്ചു നീക്കുമ്പോൾ
ഞാനും
ഒരു തെറ്റാകുന്നു.

## മുടിയിഴകൾ

നിന്റെ ഉടുപ്പിൽ
അറിയാതെ പറ്റിച്ചേർന്ന
എന്റെ മുടിയിഴകൾ
നീ കാണാത്ത ഞാനോ
അതോ നിറഞ്ഞു തുളുമ്പുന്ന
എന്റെ മൗനമോ?

## കൂടെ

നീ കാർമേഘമാകുമ്പോഴും
ആശ്വാസമേകുന്ന പുതുമഴയാകുമ്പോഴും
ഇടിയും മിന്നലും
നിറഞ്ഞ പേമാരിയാകുമ്പോഴും
തെളിഞ്ഞ ആകാശമാകുമ്പോഴും
ഞാനുണ്ടാകും
കൂടെ നടക്കാൻ
ഒരു കുട പോലും ചൂടാതെ.

## നോവും നമ്മളും

മറച്ചുപിടിക്കാൻ
ആകെയുണ്ടായിരുന്നത്
നോവും നമ്മളും
മാത്രമായിരുന്നു.

## ചരട്

ചിലർ നമ്മളെ കെട്ടിയിടുന്നത്
അവരുടെ ആത്മാവിലാണ്
ചരടിന്റെ ഒരറ്റം പോലും
നമുക്ക് തരാതെ.

## ഉടൽ പൂത്തത്

ഉയിർ തുടിച്ചതും
ഉടൽ പൂത്തതും
ഞാനറിയാഞ്ഞതോ
അതോ
ഏതോ മറവിയെ
സ്വയം പുണർന്നതോ?

## ചൂട്

പുറത്ത് ആർത്തു പെയ്യുന്ന മഴയേക്കാൾ എനിക്ക് ഇഷ്ടം
നിന്റെ ഉള്ളിലെ ചൂടാണ്.

# കഥ

ഞാനില്ലായിരുന്ന നിന്റെ ഭൂതകാലത്തേയും,
ഞാനില്ലാതാകുന്ന നിന്റെ
ഭാവിയേയും,
ഞാൻ വല്ലാതെ
ഭയപ്പെടുന്നു.
നാളെ വെറും കഥയായ്
ഞാൻ മാറുമ്പോഴും
ഏറ്റവും മനോഹരമായ
ഒരു തലക്കെട്ട് തന്നെ
നീയെനിക്ക് തരിക.
അർദ്ധവിരാമങ്ങളും,
പൂർണ്ണ വിരാമങ്ങളുമില്ലാതെ
നീ എന്നോട് പറഞ്ഞതും, പറയാത്തതും,
ഭാവിച്ചതുമായ,
എല്ലാ പ്രണയത്തോടും കൂടി
നീ ഈ കഥ പറഞ്ഞു കൊടുക്കുക.
അതോ
ഞാനെന്ന കഥയും
എന്നോടൊപ്പം
നീ അടക്കം ചെയ്യുമോ?

# ചാരം

പ്രണയം പിടിച്ചു വാങ്ങിയവർ
പിന്നീട് ആ അഗ്നിയെ
ഭയപ്പെട്ടു തുടങ്ങി.
കൈയിൽ പിടിക്കാതെ
വിഴുങ്ങാതെ
അവർ അതിനെ
ഏതോ കാട്ടിലേയ്ക്കു
വലിച്ചെറിഞ്ഞു.
ഒരുപക്ഷേ
ഒരു കാടിനെ മുഴുവൻ
ചാരമാക്കി
അത് സ്വയം അടങ്ങട്ടെ.

## നിശാവസ്ത്രം

നീ തൊട്ടപ്പോൾ
ശുദ്ധമാകാനേ ഉണ്ടായിരുന്നുള്ളു
ഇന്നോളം ഞാൻ അണിഞ്ഞ
കറ പുരണ്ട നിശാവസ്ത്രം.

## നിഗൂഢത

എനിക്കറിയാവുന്ന നിഗൂഢതയ്ക്കും
നിനക്കറിയാവുന്ന നിശബ്ദതയ്ക്കും
നമുക്കറിയാവുന്ന നമുക്കും
എന്തു ഭംഗിയാണ്.

## നീ

ഇന്നലെ എഴുതിയ കവിതകൾക്കെല്ലാം
അർത്ഥമുണ്ടായത്
ഇന്ന് നീ വന്നപ്പോൾ
മുതലാണ്.

# പ്രണയം മടുത്തു തുടങ്ങിയപ്പോൾ

പ്രണയം മടുത്തു തുടങ്ങിയപ്പോൾ
പൊട്ടി എന്നു വിളിച്ചവനു നന്ദി.
സത്രമാക്കപ്പെട്ടവളുടെ
നോവിന്
ഉടഞ്ഞ ചില്ലുപാത്രത്തിന്റെ
വില പോലും ഇല്ലെന്ന
ബോധ്യം നല്കിയവനോടും
സ്നേഹം മാത്രം.
പ്രണയം ചിലപ്പോളെങ്കിലും
ഒരു തിരിച്ചറിവാണല്ലോ.

# കുടുംബത്തിൽ പിറക്കാത്തവൾ

പ്രണയത്തിന്റെ ഏറ്റവും
തീവ്രമായ നിമിഷത്തിൽ
അവസാന വറ്റു ചഷകവും
ആർത്തിയോടെ
നുണഞ്ഞതിനുശേഷം
അവൻ അവൾക്കൊരു
പേരു കെടുത്തു
'കുടുംബത്തിൽ പിറക്കാത്തവൾ.'

## വിപ്ലവം

സ്വന്തമല്ലാഞ്ഞിട്ടും
സ്വന്തമാക്കി
പ്രണയിക്കുന്നതിലും
തീക്ഷ്ണത
മറ്റെന്തു വിപ്ലവത്തിനാണുള്ളത്?

## ഭയം

നിന്നിലുള്ള എന്നെ
എനിക്ക് വലിയ ഇഷ്ടം ആണ്
അതിലേറെ ഭയവും.

# നിശ്വാസം

എനിക്കും നിനക്കും
ഇടയിലുള്ള
നിഗൂഢമായ
നിശ്വാസങ്ങൾക്ക്,
നെടുവീർപ്പുകൾക്ക്,
എന്തു ഭംഗിയാണ്.

# നീയെന്ന മിഥ്യ

പ്രണയിക്കാൻ എനിക്കിപ്പോൾ
ഭയമില്ലാതായിരിക്കുന്നു.
ഭയത്തെക്കാൾ സത്യമാണ്
നീയെന്ന മിഥ്യ എനിക്കിപ്പോൾ.

# വിഡ്ഢിചിരി

പറ്റിക്കപ്പെടുകയാണെന്നു അറിയുമ്പോഴും
ചിലപ്പോൾ നമ്മൾ
പ്രണയിച്ചു കൊണ്ടേയിരിക്കും.
മൂഢനായ വേട്ടക്കാരൻ
ഇര സ്വയമേ വലയിൽ
കുടുങ്ങിയതാണെന്നറിയാതെ
വീണ്ടും വീണ്ടും വിജയത്തിന്റെ
വിഡ്ഢിചിരി ചിരിക്കും.
പ്രണയം ചിലപ്പോൾ
അങ്ങനെയാണ്.
ഭ്രാന്തുകളുടെ,
വിഭ്രാന്തികളുടെ,
ഭ്രമങ്ങളുടെ,
അനിർവചനീയമായ
ഒരു പ്രപഞ്ചം തന്നെ സൃഷ്ടിക്കും.

## വര

പ്രണയിക്കാത്തവരോടു
പ്രണയത്തിന്റെ
നോവും നനവും
പറയുന്നത്
ജലത്തിനുമേൽ
വരയ്ക്കും പോലെയാണ്.

## രുചി

മറ്റേതോ ചുണ്ടുകളുടെ
രുചി അറിഞ്ഞവന്
എന്റെ നനവ്
ചൂടോ തണുപ്പോ?

## പ്രണയം തുളുമ്പവേ

ഉടലിലും ഉയിരിലും
പ്രണയം തുളുമ്പവേ
നീയെന്ന നിറവിനെ
പുണരട്ടെ ഞാൻ?

# സ്വാർത്ഥത

കൂടെ കരഞ്ഞതും,
ചിരിച്ചതും,
ആകുലപ്പെട്ടതും,
പ്രാർത്ഥിച്ചതും,
പ്രണയിച്ചതും,
പ്രാണനാക്കിയതും,
ഉടലും ഉയിരും
പൂത്തു തളിർത്തതും,
എനിക്കു വേണ്ടി
മാത്രമായിരുന്നത്രേ.
നക്ഷത്രങ്ങൾക്കിടയിൽ നിന്ന്
മണ്ണിരകളിലേയ്ക്ക്
വീണുപോയ
എന്റെ വേദനയും
സ്വാർത്ഥതയാകുമല്ലേ?

# നീർച്ചാൽ

അവളെക്കുറിച്ച്
എന്നോടു പറഞ്ഞപ്പോൾ
അവന്റെ കണ്ണുകളിൽ
തിളക്കമുണ്ടായിരുന്നു.
നനവുണ്ടായിരുന്നു.
അവൾ അവനെ
ഉലകമായി സ്നേഹിച്ചിരുന്നത്രേ.
അവളുടെ പ്രാർത്ഥനകൾ
അവന്റെ പ്രാണന്റെ
കാവലായിരുന്നത്രേ.
അവൻ അവളെ
ഉയിരായി പ്രണയിച്ചിരുന്നത്രേ.
അവളെക്കുറിച്ചു
പറഞ്ഞപ്പോൾ
അവന്റെ കണ്ണുകളിൽ
തിളക്കമുണ്ടായിരുന്നു.
എന്റെ കണ്ണുകളിൽ
ആരും കാണാത്ത
ആഴമേറിയ ഏതോ
നീർച്ചാലിന്റ നനവും.
ഞാൻ എന്താണ്
കഥയോ, കവിതയോ
വെറും പാഴ്വാക്കോ?

# നിന്നിൽ ആവേശിച്ചിരുന്നെന്ന്

മനസ്സ് ചോദിച്ചവർക്കും
ശരീരം മോഹിച്ചവർക്കും
ആത്മാവിനെ പ്രണയിച്ചവർക്കും
പിന്നെ എനിക്കും
അറിയില്ലായിരുന്നു
ഞാൻ എന്നോ നിന്നിൽ
ആവേശിച്ചിരുന്നെന്ന്.

# ശബ്ദതാരാവലി

ശബ്ദതാരാവലിയിൽ
പൂണ്ടിരുന്നിട്ടും
നിന്നെ വിശേഷിപ്പിക്കുവാനുള്ള
പേരു കണ്ടെത്തിയില്ല.
അല്ലെങ്കിലും
നീയെന്നിൽ നിറഞ്ഞു തുളുമ്പവേ
നിന്റെ മണവും
മജ്ജയും മാംസവും
എന്നിൽ ഒഴുകവേ
നിന്റെ ഓരോ

വിയർപ്പുതുള്ളിയും
എന്നിൽ അലിയവേ
എന്റെ പേരല്ലാതെ
മറ്റെന്താണ്
നിനക്കു ചേരുക.

## കുമിള

ഭൂതവും ഭാവിയും ഇല്ലാത്ത
ഇന്നാണ് ഞാൻ
ഒരു സൂചിമുനയാൽ
ഇല്ലാതാകുന്ന
വെറും വർണ്ണ കുമിള.